Matthias Fiedler

Hugmyndin að baki nýjung í samsvörun á fasteignum: fasteignum: fasteignamiðlun auðvelduð

Fasteigna samsamsvörun: Skilvirk, auðveld og fagleg fasteignamiðlun með nýstárlegri samsvörunargátt fyrir fasteignir

Upplýsingar um útgáfuna – Útgáfa | Lögboðinn fyrirvari

1.útgáfa sem prentuð bók | febrúar2017
(Upphaflega gefin út á þýsku, desember 2016)

© 2016 Matthias Fiedler

Matthias Fiedler
Erika-von-Brockdorff-Str. 19
41352 Korschenbroich
Germany
www.matthiasfiedler.net

Prentun og útgáfa:
Sjá prentun á síðustu blaðsíðu

Hönnun kápu: Matthias Fiedler
Gerð rafbóikar: Matthias Fiedler

ISBN-13 (Pappírskija): 978-3-947184-61-3
ISBN-13 (Rafbók mobi): 978-3-947128-37-2
ISBN-13 (Rafbók epub): 978-3-947128-38-9

Bókfræðilegar upplýsingar um Deutsche Nationalbibliothek(Landsbókasafn Þýskalands): Deutsche Nationalbibliothek skráir rit þetta í Deutsche Nationalbibliografie; Nákvæm bókfræðileg gögn er að finna á alnetinu, á vefslóðinni: http://dnb.d-nb.de.

YFIRLIT

Bók þessi útskýrir byltingarkennda hugmynd vegna alþjóðlegrar samsvörunargáttar fyrir fasteignir (app eða saf á íslensku (samskiptaforrit)), ásamt útreikningi á umtalsverðum sölumöguleika (milljarða Dala), þegar það er samþætt við hugbúnað fasteignasölu þ.m.t. fasteignamat (verður sölumöguleikinn Trilljón Dalir (Billjón á Evrópska vísu).

Þetta þýðir að íbúðar- og verslunarhúsnæði, hvort heldur sem það er nýtt af eiganda eða leigt út, er hægt að miðla á skilvirkan og tímasparandi hátt. Þetta er framtíð nýsköpunar og faglegrar fasteignamiðlunar fyrir alla fasteignasala, sem og eigenda fasteigna. Samasvörun fasteigna, virkar í því sem næst öllum löndum, og jafnvel milli landa.

Í stað þess að "færa" fasteignina hinum væntanlega kaupanda eða leigutaka; er unnt með samsvörunargáttinni fyrir fasteignir (app-inu þ.e.a.s. saf-inu (samskiptaforritinu)), að fullnægja þarfir væntanlegra kaupenda eða leigjenda (leitarsnið) og þeim síðan samsvarað og tengt við þær fasteignir sem í boði eru hjá fasteignasölunum.

EFNISYFIRLIT

FORMÁLI

Árið 2011 fékk ég og þróaði þá hugmynd, fyrir nýjung í samsvörunarferli á fasteignum, sem hér er lýst.

Síðan 1998 hef ég verið viðriðin fasteignaviðskiptum (þ.m.t. fasteignamiðlun, kaup og sölu, mati, leigu, og breytingu (þróun) og byggingu á fasteignum). Ég er fasteignasali (IHK), fasteignahagfræðingur (ADI) og löggiltur sérfræðingur í fasteignamati (DEKRA) auk þess að vera meðlimur í hinum alþjóðlegu viðurkenndu fasteigna samtökum, Hin konunglegu samtök löggiltra skoðunnarmanna (The Royal Institution of Chartered Surveyors (MRICS)).

Matthias Fiedler
Korschenbroich, 10/31/2016
www.matthiasfiedler.net

1. Hugmyndin að baki samsvörunar á fasteignum: fasteignamiðlun auðvelduð

Samsvörun á fasteignum: Skilvirk, auðveld og fagleg fasteignamiðlun með nýstarlegri samsvörunargátt fyrir fasteignir

Í stað þess að "færa" fasteignina hinum væntanlega kaupanda eða leigutaka; er unnt með samsvörunargáttinni fyrir fasteignir (app-inu þ.e.a.s. saf-inu (samskiptaforritinu)), að fullnægja þarfir væntanlegra kaupenda eða leigjenda (leitarsnið) og þeim síðan samsvarað og tengt við þær fasteignir sem í boði eru hjá fasteignasölunum.

2. Markmið væntanlegra kaupenda eða leigutaka sem og fasteignasala

Frá sjónarhóli seljenda fasteignanna og leigusalanna, er mikilvægt að selja eða leigja eignir þeirra fljótt, og á sem hæsta verði sem unnt er að fá.

Frá sjónarhóli kaupenda og leigutaka, er mikilvægt að finna hentugustu eignina er samrýmist þörfum þeirra, auk þess að getað leigt eða keypt eignina eins fljótt og unnt er.

3. Fyrri aðferðir við leit að fasteignum

Almennt, nota væntanlegir fasteignakaupendur eða -leigutakar gáttir stórra nettengdra fasteignasala, til að leita að eignum á því svæði sem þeim þykir ákjósanlegast. Þar, geta þeir fengið senda lista yfir eignir eða tenglana fyrir viðeigandi fasteignir í tölvupósti, einu sinni þeir hafa sett upp stutt leitarsnið. Þetta er oft gert á 2 til 3 fasteignagáttum. Eftir þetta, er venjulega haft samband við salann með tölvupósti. Af því leiðir, að seljandinn eða leigusalinn fær þá tækifæri eða heimild til að hafa samband við hagsmunaðilana. Þar að auki, geta væntanlegir kaupendur eða leigutakar haft samband við viðeigandi fasteignasölu á svæði þeirra og er útbúið leitarsnið fyrir þá.

Þjónustuaðilar fasteignagáttanna koma bæði úr einka- og verslunargeira fasteignasölunnar. Verslunaraðilar eru aðallega fasteignasölur og í sumum tilfellum byggingafyrirtæki, fasteignamiðlanir og önnur fasteigna fyrirtæki (í þessum texta, er verslunaraðilar kallaðir fasteignasölur).

4. Vankostirnir við einkasölu aðila / kostirnir við fasteignasölur

Þegar að fasteignir eru til sölu, geta einkasölu aðilar ekki alltaf ábyrgst tafarlausrar sölu. Til dæmis ef um er að ræða erfða fasteign, þar sem ekki allir erfingjar eru á sama máli eða arfleiðsluvottorð (skiptaheimild) vantar. Að auki, kunna að vera óskýr lagaleg atriði, svo sem búsetu réttur (réttur til setu í óskiptu búi o.s.frv.) sem gæti flækt söluna.

Ef um er að ræða leiguhúsnæði, getur það gerst að einkaleigusali, hefur ekki fengið tilskylin leyfi, t.a.m. þau sem nauðsynleg eru, til að leigja verslunarhúsnæði sem íbúðarhúsnæði.

Þegar að fasteignasali gengur í hlutverk þjónustuaðila, hefur hann almennt þegar gengið frá öllum þessum atriðum. Ennfremur öll viðeigandi fasteignagögn (fasteignateikningar, deiliskipulag, orkunýtingarvottorð, afsal, önnur opinber skjöl, s.s. veðbókarvottorð o.s.frv.) eru venjulegast þegar fyrir hendi. Af því leiðir, að hægt er að ganga frá sölunni eða leigunni skjótt og vandkvæðalaust.

5. Samsvörun á fasteignum

Til að getað samsvarað áhugasömum kaupendum eða leigutökum við seljendur og leigusala eins fljótt og skilvirkt og auðið er, er yfirleitt nauðsynlegt taka kerfisbundið og faglega á málunum.

Þetta er gert hér með aðferð (eða ferli) þar sem áhersla er lögð á öfugt leitarferli við að finna fasteignasölur, sem hæfa þeim hagsmunaaðilum sem áhuga hafa. M.ö.o. í stað þess að "færa" fasteignina hinum væntanlega kaupanda eða leigutaka; er unnt með samsvörunargáttinni fyrir fasteignir (app-inu þ.e.a.s. saf-inu (samskiptaforritinu)), að fullnægja þarfir væntanlegra kaupenda eða leigjenda (leitarsnið) og þeim síðan samsvarað og tengt við þær fasteignir sem í boði eru hjá fasteignasölunum.

Í fyrsta lagi, setja væntanlegir kaupendur eða leigutakar upp ákveðið leitarsnið í samsvörunargáttina fyrir fasteignir. Leitarsnið þetta, samanstendur af u.þ.b. 20 stöfum, og kann að innihalda eftirfarandi sérkenni (Ath., að listinn er ekki tæmandi) sem eru nauðsynleg í leitarsniðinu:

- Svæði / Póstnúmer / Borg
- Tegund
- Stærð eignar
- Vistarvera/Vistarrými
- Kaupverð / leiga
- Byggingarár
- Fjöldi hæða
- Fjöldi herbergja
- Leigt (já/nei)
- Kjallari (já/nei)
- Svalir/Verönd (já/nei)
- Tegund kyndingar
- Bílastæði (já/nei)

Hér er mikilvægt, að sérkennin, séu ekki færð inn handvirkt, heldur með því að smella á viðeigandi valmöguleika eða opna viðeigandi svið ((valmynd (t.d. tegund fasteignar) úr lista fyrirfram ákveðinna valmöguleika/valkosta (s.s. íbúð, einsatklingsíbúð, vöruskemma, skrifstofu-húsnæði, o.s.frv. (í dæminu fyrir tegund fasteignar).

Sé þess óskað, geta hagsmunaðilar sett upp viðbótar leitarsnið. Einnig er hægt að uppfæra leitarsniðið.

Auk þess, geta væntanlegir kaupendur eða leigutakar fært inn fullkomnar upplýsingar í tilgreind svæði svo unnt er að hafa samband, þ.m.t. eftirnafn, fornafn, götu, húsnúmer, póstnúmer, borg, símanúmer, og netfang.

Í þessu sambandi, veita hagsmunaaðilar leyfi til að haft sé samband við þá, og til að fá sendar upplýsingar, frá fasteignasölunum, varðandi eignir, er mæta þörfum þeirra.

Hagsmunaaðilarnir gera hér með einnig samning við þjónustuaðila samsvörunargáttarinnar fyrir fasteignir, með því að nota vefgáttina.

Í næsta skrefi, eru leitarsniðin gerð aðgengileg nettengdum fasteignsölum, sem ekki eru sjáanlegar sem stendur, um notkunarsamskiptaforrit (nsaf(application programming interface (api)) – t.a.m. sambærilegt við þýska samskiptaforritið "openimmo". Þess skal getið hér, að þetta notkunarsamskiptaforrit – á í grundvallaratriðum að vera lykillinn að notkuninni og – ætti að styðja eða tryggja gagnaflutning til hverrar þeirra hugbúnaðarlausnar sem núna er í notkun, hjá því sem næst hverri fasteingasölu. Ef þetta er ekki tilfellið, ætti það að vera tæknilega mögulegt. Sökum þess að það eru þegar samskiptaforrit í notkun, svo sem hið fyrrnefnda "openimmo", auk annara, verður að vera unnt að flytja leitarsniðið á milli þeirra.

Núna bera fasteignasölurnar leitarsniðin saman við þær eignir sem núna eru á markaðnum. Því eru fasteignunum upphalað til samsvörunargáttarinnar, og þær bornar saman og tengdar viðeigandi sérkennum.

Eftir að samanburði er lokið, er gerð skýrsla sem sýnir samsvörunarhlutfallið í prósentum. Byrjað er á 50% samsvörun við leitarsniðið, sem gert er sýnilegt hugbúnaði fasteingarsölunnar.

Hin einstöku sérkenni eru vegin og metin gegn hvert öðru (punktakerfi), svo að loknum samanburði sérkennanna, er samsvörunarprósentuhlutfallið (samsvörunarlíkurnar) ákvarðað(ar). Sem dæmi, hefur sérkennið "tegund eignar", meira vægi, en sérkennið "vistarvera". Auk þess, er unnt að velja ákveðin sérkenni (t.d. kjallari) sem eignin verður nauðsynlega að hafa.

Við samanburðin á sérkennunum, til að fá samsvörun, ætti einnig að vera tryggt, að eingöngu hinar raunverulegu fasteignarsölur, hafi aðgang að hinum æskilegu/ákjósanlegu (bókfærðu) svæðum þeirra. Þetta minnkar vinnuna við gagnasamanburðin. Þetta er einkar mikilvægt að hafa í huga, m.t.t. þess að fasteignarsölur, starfa oftast á ákveðnum svæðum (svæðisbundnum grundvelli). Þess ber að geta hér, að í gegnum skýjalausnir, er í dag unnt að vista og vinna úr miklu magni gagna.

Til að tryggja faglegrar fasteignamiðlunar, er eingöngu raunverulegum fasteignasölum, veittur aðgangur að leitarsniðunum.

Í þessu skyni, gera fasteignasalar samning við þjónustuaðila samsvörunargáttarinnar fyrir fasteignir.

Eftir viðeigandi samanburð/samsvörun, getur fasteignasalinn haft samband við viðeigandi hagsmunaaðila, og öfugt, þ.e. viðeigandi hasmunaaðili getur haft samband við viðeigandi fasteignasölu. Hafi fasteignasalinn sent skýrslu til væntanlegs kaupanda eða leigutaka; Þetta þýðir einnig, að verkskýrsla eða krafa umboðsaðila fasteignasölunnar fyrir sölulaun/umboðslaun er bókfærð ef af sölunni eða leigunni verður.

Þetta er háð því skilyrði, að fasteignasalinn, hafi verið ráðinn af eiganda fasteignarinnar (seljanda eða leigusala) til að setja eignina á markaðinn eða leyfi hefur verið fengið til að bjóða eignina fram.

6. Gildissvið samskiptaforritsins

Fasteignasamsvörunin, sem hér er lýst, á við sölu og leigu á fasteignum í bæði íbúðarhúsnæðis- og verslunarhúsnæðisgeiranum. Fyrir verslunarhúsnæði, er viðeigandi viðbótar sérkenna þörf (í leitarsniðinu).

Fasteignasalar, kunna einnig að vera á hlið væntanlegra kaupenda og leigutaka, sem er oft viðtekin venja, t.d. hafi hann verið ráðinn til þess af viðskiptavininum.

Hvað varðar jarðfræðilega staðsetningu, á samsvörunargáttin fyrir fasteignir einkar vel við í því sem næst hverju landi.

7. Kostir

Þetta fasteignasamsvörunarferli hefur mikla kosti fyrir væntanlega kaupendur og seljendur, hvort heldur sem þeir eru að leita á eigin heimaslóðum (þar sem þeir búa) eða ætla að flytja í aðra borg eða á annað svæði vegna vinnu.

Þeir þurfa eingöngu að færa inn leitarsnið þeirra einu sinni, til að fá upplýsingar um samsvarandi eignir frá fasteignasölum er starfa á hinu æskilega svæði.

Fyrir fasteignasalanna, hefur þetta stórkostlega kosti í för með sér, hvað varðar skilvirkni og tímasparnað við sölu og leigu.

Þeir fá samstundis yfirlit yfir hversu miklir möguleikar eru fyrir hendi að fá ákveðna hagsmunaaðila varðandi hverja viðeigandi eign sem þeir bjóða upp á.

Ennfremur, geta fasteignasalarnir haft beint samband við viðeigandi markhóp þeirra, sem hafa ígrundað tiltekna "draumaeign" þeirra, við uppsettningu á leitarsniði þeirra. Koma má á sambandi, með því að senda út t.d. fasteignaskýrslur (yfirlit).

Þetta eykur gæði sambandsins við hagsmunaaðilana, sem vita að hverju þeir eru að leita. Það fækkar einnig fjölda eftirfylgjandi pantanir til að skoða fasteignirnar, sem aftur hefur í för með sér minnkun á heildar markaðssetningartímanum fyrir eignir sem miðla á.

Eftir að væntanlegir kaupendur eða leigutakar hafa skoðað eignina sem setja á, á markaðinn, er unnt að ganga frá kaup- eða leigusamningnum, eins og í hefðbundinni fasteignamarkaðssetningu (hefðbundnum fasteignaviðskiptum).

8. Dæmi um útreikning (sölumöguleika) – á aðeins við um eiganda nýtt heimli og hús (leiguíbúðir eða leiguhúsnæði, eða verslunarhúsnæði eru undanskilin)

Eftirfarandi dæmi, mun sýna skýrt fram á, hverjir sölumöguleikar samsvörunargáttarinnar fyrir fateignir eru.

Á jarðfræðilegu svæði, með 250.000 íbúa, á borð við borgina Mönchengladbach (í Þýskalandi), eru að finna – tölfræðileg nálgun – u.þ.b. 125.000 heimili (2 íbúar á hvert heimili). Meðalhlutfall búferlaflutninga er u.þ.b. 10% á ári. Þetta þýðir, að um 12.500 heimili flytjast búferlum á ári hverju. Hlutfall þeirra sem flytja til eða frá Mönchengladbach, er ekki tekið með í reikninginn hér. U.þ.b. 10.000 heimili (80%) leita að leiguhúsnæði, og u.þ.b. 2.500 heimili (20%) leita að eignum til sölu.

Samkvæmt skýslu um fasteignamarkaðinn frá ráðgjafanefndinni fyrir Mönchengladbach, var um að ræða 2.613 fasteignakaup á árinu 2012. Þetta staðfestir hinn fyrrnefnda fjölda um 2.500 væntanlega kaupendur. Reyndin yrði mun meiri, en ekki allir væntanlegir kaupendur voru færir um að finna ákjósanlega eign. Fjöldi raunverulegra áhugasamra væntanlegra kaupenda – þ.e., fjöldi leitarsniða - er áætlaður að vera tvöfallt hærri, þar sem meðaltal búferlaflutninga sem nemur um 10%, þ.e.a.s. 25.000 leitarsnið. Þetta innifelur möguleikan á því, að væntanlegir kaupendur hafa sett upp mörg leitarsnið í samsvörunargáttina fyrir fasteignir.

Þess er einnig vert að geta, að fenginni reynslu, að sem stendur, fundu um helmingur allra væntanlegra kaupenda og leigutaka, eignir sínar í gegnum fasteignasölur; sem bætir við um 6.250 heimili.

Fyrri reynsla sýnir einnig, að a.m.k. 70% allra heimila leituðu að fasteignum um vefgátt fyrir fasteignir á alnetinu, sem gera samtals 8.750 heimili (sem svarar til 17.500 leitarsniða).

Ef 30% allra væntanlegra kaupenda og seljenda, þ.e. 3.750 heimili (eða 7.500 leitarsnið) myndu setja upp leitarsnið á samsvörunargátt fyrir fasteignir (saf (app) fyrir borg á stærð við Mönchengladbach, gætu hinir nettengdu fasteignasalar boðið viðeigandi fasteignir, væntanlegum kaupendum, um 1.500 sérstæðra leitarsniða (20%) og væntanlegra leigutaka um 6.000 sérstæðra leitarsniða (80%).

Þetta þýðir að með meðaltals leitartíma, sem er um 10 mánuðir, auk verðs upp á EUR 50 á mánuði fyrir hvert leitarsnið sem sett er upp af væntenlegum kaupendum eða leigutökum, sem dæmi, nemur sölumöguleikinn um EUR 3.750.000 (3,75 millijónir evra) á ári miðað við 7.500 leitarsnið í borg með 250.000 íbúa.

Með því að framreikna þetta, fyrir allt Þýskaland, og heimsmannfjöldann námundaðan við 80.000.000 (80 millijónir) íbúa, leiðir þetta til sölumöguleika sem nemur EUR 1.200.000.000 (1,2 milljarða evra) á ári. Ef 40% allra væntanlegra kaupenda eða leigutaka leituðu að fasteignum um samsvörunargáttina fyrir fasteignir, í stað 30%, myndi sölumöguleikinn aukast í EUR 1.600.000.000 (1,6 milljarða evra) á ári.

Sölumöguleikinn, á eingöngu við eiganda nýttar íbúðir og heimili. Leigu- og fjárfestingarhúsnæði í íbúðarhúsnæðisgeira fasteignamarkaðarins, sem og verslunarhúsnæðisgeira fasteignarmarkaðarins í heild sinni, er ekki innifalinn í þessum útreikningi á sölumöguleikanum.

Með um 50.000 fyrirtæki í Þýskalandi í fasteignamiðlunar viðskiptum (þ.m.t. fasteignasölur, byggingarfyrirtæki, fasteignaviðskipta fyrirtæki, auk annara fasteignafyrirtækja), u.þ.b. 200.000 starfsmenn sem og um 20% hluti þessara 50.000 fyrirtækja er nota þessa samsvörunargátt fasteigna með um 2 leyfi að meðaltali, verður niðurstaðan (með því að nota sama verð, eða um EUR 300 á mánuði per leyfi) fæst sölumöguleiki er nemur um EUR 72.000.000 (72 millijónir evra) á ári. Ennfremur, sé staðbundinni bókun leitarsniða beitt, fæst umtalsverður viðbótar sölumöguleki, allt eftir hönnuninni.

Með þessum stórfenglega sölumöguleika vegna væntanlegra kaupenda og leigutaka, með sértæk leitarsnið, þurfa fasteignasalar ekki lengur að uppfæra eigin gagnagrunn, – ef þeir hafa hann – yfir áhugasama hagsmunaaðila. Auk þess, fer fjöldi núverandi leitarsniða að öllum líkindum fram úr þeim fjölda leitarsniða sem myndaðar yrðu af mörgum fasteignasölum með eigin gagnagrunn.

Ef þessi nýstárlega samsvörunargátt fasteigna, væri notuð í nokkrum löndum, gætu t.a.m. væntanlegir kaupendur frá Þýskalandi, hannað leitarsnið fyrir orlofsíbúð á Miðjarðarhafseyjunni Majorca/Mallorca (á Spáni) og gætu hinir nettengdu fasteignasalar á Mallorca boðið fram samsvarandi íbúðir til væntanlegra viðskiptavina þeirra í Þýskalandi um tölvupóst. Ef skýrslurnar er á spönsku, geta væntanlegir leigutakar nú á dögum, einfaldlega notað þýðingarforrit sem þeir geta fengið aðgang að á alnetinu, og fljótlega þýtt textan yfir á þýsku.

Til að getað framkvæmt samsvörun leitarsniðanna við fyrirliggjandi eignir án tungumálaörðugleika, er unnt að bera saman viðeigandi sérkenni innan samsvörunargáttarinnar fyrir fasteignir, á grundvelli hinna forrituðu (stærðfræðilegu) sérkenna, óháð tungumáli, og er viðeigandi tungumál úthlutað í lokin.

Þegar verið er að nota samsvörunargáttina fyrir fasteignir í öllum heimsálfum, myndi hinn fyrrnefndi framreiknaði sölumöguleiki (sem nær eingöngu til þeirra sem áhuga hafa á að leita) einfaldlega líta þannig út:

Mannfjöldi heimsins:
7.500.000.000 (7,5 milljarðar) íbúa

1. Mannfjöldi í iðnvæddum löndum og löndum sem eru að mestu iðnvædd:
   2.000.000.000 (2,0 milljarðar) íbúa

2. Mannfjöldi í nýmarkaðslöndum:
   4.000.000.000 (4,0 milljarðar) íbúa

3. Mannfjöldi í þróunarlöndum:
   1.500.000.000 (1,5 milljarðir) íbúa

Möguleg árssala fyrir Þýskaland er umbreytt og áætluð sem EUR 1,2 milljarðar með 80 millijónir íbúa miðað við eftirfarandi áætlaða stuðla fyrir iðnvædd-, nýmarkaðs-, og þróunarlöndum.

1. Iðnvædd lönd: 1,0

2. Nýmarkaðslönd: 0,4

3. Þróunarlönd: 0,1

Niðurstaðan er eftirfarandi möguleg árssala (EUR 1,2 milljarður x mannfjöldi (iðnvæddra-, nýmarkaðs-, eða þróunarlanda) / 80 millijónir íbúa x stuðull).

1. Iðnvædd lönd: EUR   30,00 milljarðar

2. Nýmarkaðslönd: EUR   24,00 miljarðar

3. Þróunarlönd: EUR   2,25 milljarðar

Alls: **EUR   56,25 milljarðar**

9. Lokaorð

Samsvörunargáttin fyrir fasteignir, sem sýnd hefur verið, býður upp á yfirburðar kosti fyrir þá sem leita að fasteignum (hagsmunaðilar) auk fasteignasalanna.

1. Tíminn sem nauðsynlegur er til að leita að viðeigandi eign, minnkar umtalsvert fyrir hagsmunaðilana, þar sem þeir þurfa eingöngu að útbúa leitarsnið þeirra einu sinni.

2. Fasteignasalinn fær yfirlitsmynd yfir fjölda væntanlegra kaupenda eða leigutaka, þ.m.t. upplýsingar um sérþarfir (leitarsnið).

3. Hagsmunaaðilar fá eingöngu yfirlit yfir æskilegar eða samsvarandi eignir (á grundvelli leitarsniðsins) frá öllum fasteignasölum (svipað og með sjálfvirkt forval).

4. Fasteignasalarnir minnka vinnu þeirra til að viðhalda eigin gagnagrunni leitarsniða, því að földi núverandi leitarsniða eru varanlega í boði.

5. Þar sem eingöngu verslunaraðilar / fasteignasalar eru nettengdir samsvörunargáttinni fyrir fasteignir, geta væntanlegir kaupendur eða leigutakar, unnið með reyndum fasteignasölum.

6. Fasteignasalarnir, draga úr fjölda tímapantanna til að skoða fasteignirnar ásamt heildar markaðsetningartíma. Í staðinn, minnkar fjöldi tímapantanna væntanlegra kaupenda og leigutaka, til að skoða eignirnar, sem og tími til að ganga frá kaup- eða leigusamningi.

7. Eigendur fasteignanna, sem selja á eða leigja út, spara einnig tíma. Það er aukinn fjárhagslegur ávinningur, með styttri tíma sem leiguhúsnæði stendur laust til leigu, og skjótari greiðslur fyrir eignir sem eru til

sölu, sem leiðir af sér skjótari leigu eða sölu.

Með því að innleiða þessa hugmyndafræði í fasteignasamsvörun, er unnt að ná verulegum framförum á sviði fasteignamiðlunar.

10. Samþætting samsvörunargáttarinnar fyrir fasteignir við nýjan hugbúnað fasteignasala, þ.m.t. fasteignamat

Sem lokaorð, getur samsvörunargáttin fyrir fasteignir sem hér er lýst, verið mikilvægur þáttur í nýrri – helst í boði á heimsvísu – hugbúnaðarlausn fyrir fasteignasölur frá upphafi. Þetta þýðir, að fasteignasalar, geta annaðhvort nýtt samsvörunargáttina fyrir fasteignir ásamt gildandi hugbúnaðarlausn fasteignasölunnar, eða helst nýtt nýju hugbúnaðarlausn fasteignasölunnar auk samsvörunargáttarinnar fyrir fasteignir.

Með því að samþætta þessa skilvirku og nýstárlegu samsvörunargátt fyrir fasteignir, við nýjan hugbúnað fasteignarsölunnar, skapast í grundvallaratriðum, einstakur sölupunktur fyrir hugbúnað fasteignasölunnar, sem er nauðsynlegur til markaðssóknar.

Fyrst að fasteignamat, er og verður ávallt ómissandi þáttur fasteignasölunnar, verður hugbúnaður fasteignasölunnar að innifela samþætt fasteignamatstól. Fasteignamatstólið, ásamt samsvarandi reikninaðferðum, getur haft aðgang að viðeigandi gagnabreytum fasteignasölunnar um innfærðar/vistaðar fasteignir. Sömuleiðis, getur fasteignasalinn, bætt upp fyrir þær gagnabreytur sem á vantar með eigin svæðisbundinni markaðsþekkingu.

Ennfremur, ætti hugbúnaður fasteignasölunnar að gefa kost á að samþætta sýndarskoðunarferðir á þeim fasteignum sem í boði eru. Þessu er auðveldlega hægt að hrinda í framkvæmd, með því að þróa viðbótar saf (samskiptaforrit) fyrir farsíma og/eða spjaldtölvur sem geta tekið upp og síðan samþætt eða fellt sýndarskoðunarferðina um fasteignina – að mestu leyti sjálfvirkt- inn í hugbúnað fasteignasölunnar.

Ef skilvirkni og nýjung amsvörunargáttarinnar fyrir fasteignir er felld inn í nýja hugbúnað fasteignasölunnar, ásamt fasteignamatinu (fasteignamatstólinu), eykst sölumöguleikinn aftur verulega.

Matthias Fiedler

Korschenbroich, 10/31/2016

Matthias Fiedler

Erika-von-Brockdorff-Str. 19

41352 Korschenbroich

Germany

www.matthiasfiedler.net